நாங்கூழ

நாங்கூழ்

மின்ஹா

கருப்புப் பிரதிகள்

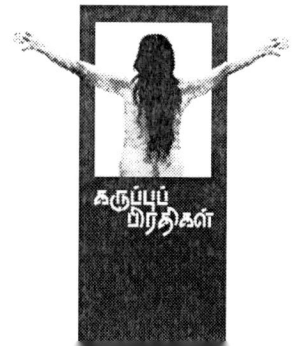

நாங்கூழ் – கவிதைகள்
மின்ஹா

முதல் பதிப்பு: டிசம்பர் 2020

வெளியீடு: **கருப்புப்பிரதிகள்**
பி 55, பப்பு மஸ்தான் தர்கா, லாயிட்ஸ் சாலை,
சென்னை – 600 005.
பேச: 94442 72500
மின்னஞ்சல்: karuppupradhigal@gmail.com

முகப்பு – உள்வடிவமைப்பு: விஜயன்

அச்சாக்கம்: ஜோதி எண்டர்பிரைசஸ், சென்னை 600 005.

விலை: ரூ. 70/-

Naangoozh – Poems
Minha

First Published: December 2020

By **Karuppu Pradhigal**
B55, Pappu Masthan Darga, Lloyds Road,
Chennai – 600 005.
E-mail: karuppupradhigal@gmail.com

Cover & Layout: Vijayan

Printed by: Jothy Enterprises, Chennai 600 005.

Price: 70/-

கருப்புக் குறிப்புகள்

மொழியின் வழமைப் புள்ளியை போன்றதொரு பொருளாய் கவிதை தேங்கி விடுமோவென்கிற ஆதங்கங்கள் மேலோங்கி கொண்டிருக்கும் காலத்தின் சோர்வை போக்குகிறது மின்ஹாவின் இக்கவிதைத் தொகுப்பு.

வகைப்படுத்தவியலாத மவுனங்களை மனச்சலனமேற்படுத்தக் கூடிய சிறுபெருக்குகளைக் கொண்டு உந்தித் தள்ளும் நதியின் மொழியை இயல்பாய், புனைவாய் கொண்டிருக்கின்றன

உறவு விலக்கப்பட்ட, தான் உறவிலிருந்த இயற்கையின் படிமங்களை குறியீடுகளாய் நமது விழிப்படலங்களின் காட்சியாக்கி உள்ளுணர்வை வெளிப்படுத்தும் மின்ஹாவிடம் தொன்மப் பெண்களின் பெரும் மூச்சும் பின் நவீன மனவெளியும் சாரையும் நல்லபாம்புமாய் இழைந்து கொண்டிருக்கின்றன.

— நீலகண்டன்

நன்றி

அமுதா ● திலீப்குமார் (மட்டக்களப்பு)
பெங்களூர் விஜய்ஆனந்த் ● ம. மதிவண்ணன் ● ஷோபாசக்தி,
அறிவொளி ● அரி ● அருள் குமார்

01.

வாய்மூடிய
எல்லாவற்றிற்குள்ளும்
ஒரு அசரீரி
வேகமாக
பேசிக்கொண்டே
இருக்கிறது

02.

மழையின் தரிசுக்காடுகள்
காற்று நனைக்காத காகிதப்பட்டம்
இசை தரித்த புல்லாங்குழல்
பசுமையின் ஒரு பிடி பச்சையத்தில்
வரைந்த வனத்தின் வகிடு;
வெகுநேரமாய் அங்கேயே நின்றுகொண்டிருக்கிறேன்
பாதைகள் நகர்கின்றன!

03.

தீர்ந்துபோகும் என்ற பின்னும்
பிரியாத உயிரின்
சொட்டுக்கள் போல்
இழை பின்னிக்கொண்டிருக்கிறது
காலம்

பதங்கமான விழியின்
தாரைகள் மழையாகிறது
இருந்தும் கொண்டாடவில்லையா

நீ நான் எல்லாமே
வழிந்துகொள்ளும்
ஒரு துளியின்
மிகுதியான எச்சம்

இலங்கும் வான்பரப்பை
வடிகட்டியொரு
கனிமம் செய்
அயடீன்களின்
திறைசேரியாக

04.

புள்ளிகள் குவிந்த
நுரைகளின் குமிழிகளுக்குள்
செறிந்திருக்கும் காற்று
ஒரு சொல்லளவு படித்திறன்

நெகிழும் ரேகைகள்
அசையும் வளையங்கள்
பாதைகள் வரைந்த திசைகள் தோறும்
கடற்கோள் கணையாழிகள்

பேரிரைச்சலின் பிரவாகம்
மீகாமன் செவிதுளைத்த மீடிறன்
அந்த ஒற்றைக் கடவுச்சொல்லில்
நீங்கிய வேய்ங்குழல் இசையினை
அலைகள் விழுங்கியதும்
ஒரு கடல் மெல்ல நகர்கின்றது

05

என்னுடன் எரிகிறது
அக்கினி வெயில்

இளமஞ்சள் நிறப்பூக்களுக்கு
கடுமை ஏற்றி அழுத்துகின்ற செம்மை
பதிந்த பற்களின் தடங்கள்
அதரமெங்கும் செஞ்சந்தனத்தீட்டு

மௌனித்து விழுங்கிய எச்சிலுக்குள்
மரணத்திருக்கின்றன
வார்த்தைகள்

ஒட்டிப்போன உடலம்
எலும்புகளுக்குள்
செரித்து செரித்து
வெறுமையின் இருப்பில்
மணல் நிரப்புகின்றது

தன் தணல் தணிக்கும்
காற்றின் ஆற்றாமைக்குள்
மௌனித்திருக்கும் புயலின்
வீச்சுக்குள் கசிகிறது வதம்

சுவாசிக்க அவகாசம் கேட்டு
மண்டியிட்டுச் சரணடையும்
திமிரின் இறுதிப்புன்னகைக்குள்
ஒடுங்கியிருக்கிறது மழை

06

காரணமல்லாக் காரணம்

மழித்துச் செதுக்கிய
மலை உச்சியிலிருந்து வழிகின்ற நீர்த் திவலைகள்

வெம்மையின் சிரிப்பில்
எங்கும் வெப்பச்சலனமழை
என் திசை எதிரில் மட்டும்
தோன்றாக் காற்றின் விசை

விரவியழித்த
குழிகள் தோறும்
தாழ்நில ஊற்றுக்கள்

வழி மறித்துச் சொரியும்
பானத்தில் கசிந்துருகும் செவ்வாற்றில்
நனைகின்ற ஓடமாய்
மிதக்கிறது நேசம்

தேசமில்லா வரைபடத்தில்
காகிதம் துயிலும் கரை
வெறுமையின் வெளி

நேசமல்லாக்கடலில்
வலைஞனின் நெடுங்கனவு
துடிதுடித்து மாயும் மீன்

ஆர்ப்பரிப்பில்லாமல் நிகழ்கின்றது நிகழ் தகவு
கொடுக்குகளில்லாமல் தீண்டப்படும் விஷம்
மெல்ல மெல்லக்கொல்லும்

வனங்களின் வனப்பு
வரி வரியாய் மறைகின்றது
அறியாமல் விலகிக்கொள்ளும்
ஆன்மாவின் உடலம்
அறியாமலே மணலாகிவிடுமானால்
இப்பொழுதே
சரிந்துகொள்ளும் தருக்கள்

கொடுத்துப்பறித்த
அன்பின் தீங்கனியதுவே
அழிவு நிகழ்த்தும் பேரழிவு

07

செவ்வக அறையினுள்
ஆர்ப்பரித்து அடங்கிய
விளிம்புகளிலிருந்து
கசிந்துகொண்டிருக்கும்
இளகிய மந்தகாசம்

பின்னல் கலைந்த
சுருண்ட பன்பாயின் கேசம்
புழுதி குடித்த பனைவிசிறி
ஒளியை மறந்த சிமிழ் விளக்கு
இடறி விழுந்த பித்தளைக்
குவளையின் கணீரொலி
நிரம்பிய அதிர்வுகள்
விடை பெறுதலின்றி
பெறப்பட்ட வினாக்களுடன்
ஊர்ந்து கொண்டிருக்கும்
சில சருகுகள்

மூலையின் ஓரமாய்
வழியும் சாளரத்தின்
பெருமழைத் தாரைகள்
காலச்சுவட்டில் மீந்திருக்கும்
நீர்க்கோலம்

வெற்றிலையின் செந்நிறக்களிம்பு
ஊறியிருக்கும்

சிதிலமடைந்த சுவரின்
தள்ளாடும் கால்கள்

சூழ்ந்திருக்கும்
பட்டாம் பூச்சிப்படை
அரவமொத்த நீண்ட உரையாடல்கள்
சங்கிலிப் புனைவுகள்
அலை புரண்ட சிரிப்பொலியின்
எதிரொலிகள்
இரண்டு வெற்றுக்கதிரைகள்
இப்போதைக்கு காட்சிக்குள் அடங்கா
நேரெதிர்த் துருவங்கள் நீயும் நானும்

08

குருதியில் அடங்காத
இரத்தத்தின் வேட்கை
சதைகளைக் கொறிக்கும்
ராட்தப்பட்சிகள்

குண்டூசியின் தலைகளில்
உயிரின் பிதிர்ந்த இறகுகள்

வாதனாளி நெரிந்து
வார்த்தை கசியும்
மௌனத்தின் நிறம்
கடுஞ்சிவப்பு

கலைந்த நிர்வாணத்தைப்
பெருங்காற்று மணல்
புழுதியுடையால்
மாராப்பிடுகிறது

இருந்த எத்தடயமுமின்றி
விடைபெற்ற மண்ணில்
துளிர்த்த முதலாவது துளிருக்கு
மரண தண்டனை நிறைவேற்றம்

மௌடீகம் விழுங்கிய மயானத்தில்
பாலை நிலவரிகள்
பாதை விழுங்கின

ஈற்றில் என் தேசத்தில்
அணைந்த குரலில்
காற்றின் ரீங்காரம் கேட்பார்
எவருமில்லை

09

சல்லடைக் குறிப்புகளில்
இன்னும் மீந்திருக்கும்
அன்பும் மன்னிப்பும் மட்டுமே
பட்டாம்பூச்சி நகரத்தை
நகர்த்திக் கொண்டிருக்கிறது

10

கண்ணாடிக் குவளையில்
பூத்திருக்கும் மயிர்த்துளைப்பிளவு
நெறிகட்டிய விரகம்

நன்னீர் மீன்களை
உவர்ப்புக்குள் அமிழ்த்தும்
அரூபமொழி

குமிழும் சுவாசச் சிமிழ்களில்
மீச்சிறு சுடர்
ஜீவனற்ற உடல் தகர்க்கும்

அநாதிக்குரலின் ஓசை
வெதும்பிக் கரை புரண்டு
ஓர் நாள் அடங்கும்

11

புத்தகங்களால் அலங்கரிக்கப்பட்ட
அறையொன்றினுள்
பொழுதுகளைத்
தின்றுகொண்டிருக்கும்
கண்களாய் மட்டும் இருந்துவிடுதல்
கனவுக்குறிப்பில் கத்தரிக்கப்பட்ட
இரண்டாவது குறிப்பு

கீழே செல்லரித்துக்
கொண்டிருக்கும்
முதலாவது குறிப்பு;
மனிதர்களை விட்டும்
தொலைதல்

ஓ கரையான்களே
மனிதர்களை
விட்டு விடுங்கள்
அவர்கள்
அவர்களையே
தின்றுகொள்கிறார்கள்

12

கதவுகள் மீண்டும் திறக்கப்படலாம் என
அவிழ்ந்திருக்கும் தாழ்கள்
என்னைப் பார்த்து விளிக்கின்றன

நீங்கிச்செல்லுமோர் காற்றை
நிறுத்திவைக்க முனைந்த போது
புயல்களைச் சந்தித்திருந்தேன்

எச்சரிக்கைப் பதாகையில்லை
எதிர்வு கூறல் எதுவுமில்லை
ஆனாலும் ஓரிடம் பெயர்க்கிறது
என்னை

இசைக்கும் ஓசைகள்
இறுக்கங்களின் பிளவுகளுக்குள்
அழுத்தமாய்த் தழுவும்

புல்லாங்குழல் துளை வழி
நுழையும் காற்றைப்போல
என்னை மீட்டிச்செல்லும்

இரு கரங்களின் விரல்களுக்குள்
வழியும் பிணைப்பு
ஒரு பிராணத்தின் அசைவில்
கோர்த்திருக்கும் சிறு முத்துக்கள்
அசைவதற்குள் அசரீரியாகின்றன

ஒரு புலம்பலின் இடைவேளையில்
செரித்து விடும் அஜீரணமாய் என்னை
விழுங்கிச் செல்கிறது
மென்காற்று

13

நிலம் நிரம்பிய இடமெங்கும்
நிழல்கள் ஆனாலும் அவை
சுடுகின்ற சுடரானதெப்போது

துயர் வரைந்த பாதைகளில்
சரிந்தோடும் நீர்த்துமிகள்
ஓர் நிலையில் தீர்ந்து விடுகின்றன

மீளும் மீளும் எனும் உச்சாடனம்
உரத்த தொனியாய் இரைகின்றது

எனதிரு குடுவைக்குள் செறிந்த வண்டுகள்
பூந்தோட்டம் கேட்கின்றன
நிறமிழந்த ரோஜாக்களை
கருப்பு வெள்ளை நிறங்கள்
விழுங்கிய பின்
போர்வைக்குள் செரிக்கிறது
போர்க்களம்

அமைதியை மீள்நிரப்பும்
பேரமைதியைப் போர்த்திய
முள்வேலிகள் சற்றே தளரும் போது
காற்றோடு கதை பேசி மறையும்
சுவடுக்காய் காத்திருக்கிறது ஒரு வடு

14

திணறலில் மீண்ட உயிர்ப்பு
நீர்க்குமிழிகளைப் பிரசவிக்கிறது

காற்றுடன் கலக்கும் கழிமுகத்திடலில்
ஒற்றைச் சுழி மட்டும் சுழன்று கொண்டேயிருக்கிறது

மையமில்லாப் புயலில் தொலைத்த
சுவாசத்தை சரிசெய்கிறேன்
இதயமும் நாடிகளும் மீன்களாய்ப் பூக்கின்றன

திராணியற்று மூழ்கும் பேதையாய்
அரூபத்தில் செறிந்த மாயவெளியில்
பதின்விரல் கோதிப் பாதை உழன்றேன்

அமிழ்த்தலில் சிறையேகிய
உயிரின் தகிப்புக்குள்
சிறகடித்துக் கனைக்கிறேன்

முட்டையிட்டு அடைகாத்த
நம்பிக்கைகளுக்குள் அனகொண்டாக்கள்
வெளியேறிக் கொண்ட அதிர்விலிருந்து
மீளவேயில்லை செவிகள்

கரையும் மெழுகுகளுக்குள்
உருகி மீளும் உயிராய்
சுடர் ஒளிர்ந்து கொள்ள
குளிர்காய்கின்றன கம்பளிகள்

தொண்டைக்குழிக்குள்ளான மழை வறட்சி
பாளங்களாய்ப் பருத்து
மிகைத்த சிறு ரேகைகள்
வரிக்குதிரைக்குள் தஞ்சமாயின

நடுநிசிக் காட்டில் தோலுரித்துச் செல்லும்
அரவங்களையும் பசுத்தோற் புலிகளையும்
வெளவால் சஞ்சாரம்
வகைப்பிரித்தறிந்தது

பூமிக்குள்ளான அநீதித்தாண்டவம்
ஆயாசப்பொழுதுகளையும்
அரவணைத்துவிடுகிறது
முள் மடியிலே

நிசப்தத்தின் வெளிகளுள்
மூச்சடக்கிய அமிழ்த்தலை
ஆழமெய்து புதைக்குமாறு
என் நீலத் திமிங்கிலங்கள்
எச்சரித்தன

15

முன்பொரு காலத்தில்   பேசப்படாதவன்

அவன் யாரோ
அவன் கிறுக்கன்
அவ்வளவு தான்

ஆனால் இன்று
பொது அறிவு வினாக்களில்
பெயர் போன பெயர் அவன்

பிக்காஸோக்களைத் திட்டாதீர்கள்

16

சில பொழுதுகளில்
சுழிகள்
இழுத்துச்சென்று
மீண்டு வர முடியாத ஆழத்திற்கு
அமிழ்த்திச் செல்லலாம்

தட்ப வெப்பங்களின்
சாயலை மாறிமாறிப்
பிரதிபலிக்கலாம்

கல் மீன்களில்
உயிர் மீனொன்றும்
அங்கனம் திணறியது

மனக்கண் நீரோடை
சுவாசம் காந்தப்புலம்
ஜீவிதம் சுகந்தம்
என மாற்றீடு செய்ய
முனைகிறது

ஆயினும்
ஒரு ஓசை மட்டும்
ஒடுங்கி ஒலித்துக் கொண்டேயிருக்கிறது

வெறுமனே இரைகிறது
அவை வண்டுகள் தான்

எனக் கடக்கின்றன
வெற்றுக்கண்கள்

குடுவைக்குள் முழங்கச்
செய்த இடியும் மின்னலும்
அதிர்வெண்களை கண்ணாடிக்குள் கடத்தின

பிளவுகளைத் தடவிப்
பார்க்கின்றன
அங்கு மணல் மட்டுமே
எஞ்சியிருக்கிறது

கடல் தாண்டிப் பரவும்
நிலத்திற்கு உவர்ப்பின் சுவை
நீந்தாமல் கடக்கின்றன
அலைகள்

17

புனைவிற்கு அப்பாற்பட்ட
நெடுந்தொலைவில்
பரிதாப நிலம் அத்தீவு
அங்கே செழித்த பசுமைகளை
பாலை நிலம் மெல்ல மெல்ல விழுங்கி விட்டது

ஓட ஓடத் துரத்தும் ஓயாத அலைகளுக்குள்
எங்கனம் ஒளியும் சிப்பிகள்
மூழ்கித்திணறும் மூச்சிற்கோ இறப்பரின் நெகிழ்ச்சி

தலை மேல் சுழலும்
விண்மீன்கள் இரவை
இழுத்து வருகின்றன
பகல்களும் விடிய மறுக்கின்றன

ஆழியின் மடியில்
ஆழ்ந்த உறக்கம்
யாசிக்கின்றன
செங்கண்கள்
வெம்மையின் புண்கள் தொலிகளைத் தொற்றின

தொலைவிற்கு ஒரு புகலிடம்
துழாவும் விரல்களுக்கு
அப்பியிருக்கும் இருள் மட்டுமே
வர்ணமாகிறது

மையம் கொண்டு
வாட்டும் கரைகளில்
வகுந்திருக்கும் வரிகளில்
ஓடி ஒளியும் மீன்களிடம்
கால்கள் கேட்டு
மாய்கின்றது புயல்

18

செருகிய தழும்பில்
வார்த்த காலச்சுவடுகளை
திரும்பித் திரும்பிப்
பார்க்கின்றன கண்கள்

பேசிய வார்த்தைகள்
புரையோடிக் கொண்டிருந்தபோது
நேரங்களைத் தின்று கொண்டிருந்த
எறும்புகளை
யாரும் கவனிக்கவேயில்லை

செவிகளுக்குள் நம் குரல்களைத் தவிர வேறெதையும்
கேட்பதாயிருக்கவில்லை

பேரன்பின் உன்மத்தம்
கோப்பைகளில்
வழிந்து கொண்டிருக்க
தாகம் பருகும் இடைவேளைகளைக் கூட
அதரங்கள் அனுமதிக்கவேயில்லை

நறுக்கப்பட்ட
இரும்புத் துண்டத்துடன்
இறுகக் கலந்த திருகாணியின் மேல்
காலத்தின் களிம்புற்ற
துருவின் படிமத்தைத்
தவிர்க்க இயலாமல்
கடக்கின்றன சுரைகள்

19

வனாந்தரத்தின் கைகள்
விழுதுகளின் பெருவிருட்சம்

சருகாகி விடும் இலைகள்
இளவேனிற்கால
இலையுதிர் மழை

ஒரு சப்தம் கேட்டுக்கொண்டிருக்கும்
அடியொற்றிய நகர்வு
அரவங்களின் நெளிவு
ஆசுவாசம்

ஒரு வரியில் உயிர் கரிக்கும்
தீயின் இறுதி மூச்சுக்கள் சொட்டும்
சாம்பல் இரத்தம்

எரித்ததாகவோ
எரியேற்றியதாகவோ

ஒரு இசையின் இறுதிச்சுவடு
ஒலித்துக்கொண்டிருக்கையில்
சருகை நுகர்ந்த
தீக்குச்சி மரணம்

20

அந்தக் காகிதங்களைச்
செல்லரித்திருக்கவில்லை
ஏதோவோர் ஆழ்ந்த தேடல்
களஞ்சிய அறைக்குள்ளிருந்த
பெட்டிக்குள் விழுந்து கிடக்கிறேன்

எதிர்பாராமல் என்னை
வந்தடைந்த குரலற்ற குரல்
அந்த காகிதத்தின் படபடப்பு

அத்தனையும் பசுமையான
பேரன்பின் பிதற்றல்கள்
பொதிந்த கையெழுத்து
அச்சுக்கள்

காலத்தின் நரைமுடிகளுக்கு
சாயமிடும் புன்னகைகள்
சுழியோடு சுழன்ற போது
குளிர்சாதனப் பெட்டியானது உள்ளம்

இரைமீட்டிய தொலைதல்
நேரங்களை விழுங்கிக்கொண்ட போது
முகாரிகளும் இடைவெளி
எடுத்துக் கொண்டன

21

நிசப்தத்தின் எதிரொலிகளை
மௌனம் செவ்வியெடுத்த போது
காற்று அதிர்ந்து கொண்டது

நிஷ்டையின் மூழ்கிய திணறலை
விடுவிக்கும் போது
சுவாசம் மட்டும் எஞ்சியிருந்தது

அங்குமிங்கும்
எழுந்தமானமாக வரைந்த
ரேகைகளுக்குள்
நிரலிட்ட நரம்புகளில்
அசையும் உதிரிகளை அள்ளி
இறக்கை செய்கிறேன்

வலசையைப் போல
மீப்பெரும் அமைதிக்குள்
தலை அமிழ்ந்தப்பற்றிய
அந்த நீண்ட விரல்களொத்த
புல்லாங்குழல்களுக்குள்
நெகிழ்ந்து இசைக்கிறேன்

சரணாலயத்தை சுமக்கும்
பேரொளித் துகள்கள்
சிதறியிருந்த அடிவாரத்தில்
செவிகளைக் களைந்திருந்தேன்

கீச்சொலிகளால் அலங்கரித்துக்கிடந்த
அடவியில் நானும் மீச்சிறு
குரலாய் ஒலித்துக்கொண்டே
பருத்தியின் விதைக்குள்
ஒடுங்கிக்கொண்டேன்

22

அன்று பேசிய இறுதி வார்த்தைகள்
மௌனத்தின் முடிச்சுக்களை
அவிழ்த்து உதிரச்செய்திருந்தன

கட்டவிழ்ந்த காற்று வருடிச்சென்ற
குறுகிய இடைவெளிகளுள்
பிறழ்ந்து மொழியும் வார்த்தைகளுக்கு
வேற்றுப்பெயர் ஒன்றால் அர்த்தப்படுத்த
முயல்கிறது மொழி

வளைந்து ஒடுங்கிய
விலா என்புகள் முதுமைக்கு
மடல் எழுதிக்கொண்டிருந்தன

உமிழ்ந்த மென்பசை மிட்டாய்போல்
இனிப்பிழந்து நினைவுப்பசை மட்டும்
அங்குமிங்கும் ஒட்டித்திரிகிறது

நிசப்தத்தால் மூர்ச்சையான
அந்த தொடுகையின்
இறுதிப்புள்ளி புலன்களை
வண்டில் மாடுகளைப் போல்
இழுத்துச் செல்கிறது

இமைக்க மறந்த விழியிரண்டும்
மரித்து மாண்டாற்போல்
இதயத்தின் கதவுகள் அன்று
திறந்தே படபடத்துக் கிடந்தது

ஒரு துடித்த உயிரின்
பிரியாவிடைபோலும்
பேரழிவின் பின்னரான
மயானபூமி போலும்
வெறிச்சோடிக்கிடந்த

நிழல்பூமிக்கு மழை கூட
பொழிய மறுத்திருந்தது

மௌனம் உழுத
வயல்களில் மரணம்
மட்டுமே முளைப்பதற்கு
எஞ்சியிருந்தது

வாசலில் பிடியற்றுக் கிடக்கும்
பிரம்புக்கதிரைக்கு கால் ஊன்றிய
இடங்களில் எல்லாம்
பிளவுகள் பூத்திருந்தன
சுமத்தலின் இறுதிப்புன்னகை
கசிந்துருகி பூமி சிவந்து கொண்டது

23

நிலவுக்கு ஒரு வேள்வி.
இன்னும் ஒளிர்கிறது பூமி

கேட்கும் விறகுகள் போதவில்லை
துரும்புகளைச் சேர்க்கிறது காற்று

தீர்த்தம் தின்ற தீக்கு
தீக்குச்சிமாலை
அரும்பிக் கொள்கிறது..

சுடர் விடுத்த சுவாலை கொய்தேன்
அழகிய பச்சிலைக் கொழுந்து
தேனீருக்கு ஒரு மிடர் தாகம்

நிஷ்டை பூத்த நிலா மீண்டும்
நீறுக்குள் ஒளிக்குளியல்
பனித்துளிகள் உவர்த்தன
பசுமை விடைபெற்றது

24

அலைகளில்லா நிசப்தம்
கரை தடவிச்சென்றதும்
அந்தியின் பிந்திய பகுதியில்
இருள் கரைந்து கொண்டது

பௌர்ணமி விட்டுச்சென்ற
கனவுகளை காற்றின் மென்விசை
கலைக்க ஒரு வானம் செய்தது நதி

ஒலிக்க மறுத்த மோனம்
கலைந்து மென்குழல் துளை
வழியே இசையானது

ஒளிர்ந்த நதிப்படுக்கையும்
மிதந்த கனவுக்கூடுகளும்
பின்னிரவைக் கொண்டாடின

ஒருத்தியின் தீயில் சுடர்விடும்
கூண்டுகள் சாம்பலாகியிருக்கவில்லை
ஆனால் பௌர்ணமியில்
படிந்திருந்தன

25

மங்கல் ஒளியில்   மிதக்கும் இரவில்
சரிந்திருந்த உடலிலிருந்து
வழிந்து கொண்டது வெள்ளம்

குருதியின் கால்கள் ஓடவில்லை
இதயத்தின் கண்கள்
மட்டும் உற்றுநோக்கின

புலியின் வேட்டைப்பற்கள் போல
சவரஅலகின் விளிம்பு போல
விளித்திருந்தன

விலங்குகளில்லா பெருவனத்தில்
மிருகத்திற்கு ஒரு இடைவெளி;
அன்பு மாறுவேடமிட்டிருந்தது

செந்நிறக் கண்களில்
வன்மத்தின் கயம் வழிந்தது

என் கைகளால் துடைக்க
எத்தனித்தேன்
அதன் அலகுகள்
முந்திக்கொண்டன

வானின் ஆதி வெயில் நிழலானது
நிஜம் மண்ணின் புதையலானது

26

நிகழ்த்தலின் நிலையாமை

இடைவெளிகளில்
நிகழ்கின்றது
அடைவின் அனந்தம்

சேய்மையின் எல்லையில்
சொட்டும் செம்மழையின் நீட்சி
கிளைத்த புழுதிக்கனலாறு

இரவிற்கும் நீளிரவிற்கும்
இடையில் மடிப்புகளாய்
விழும் சரிவின் ஒலி

மலைப்பின் வெறுப்பில்
கனலும் கற்றைத்தீ
காற்றில் உயவும் பட்சி

சிறகசைக்கிறது
முற்றுப்புள்ளிகள் தகர்க்கிறது
சாம்பல்கள் குவிந்த மேகங்கள்
தீட்டும் நிறங்கள்
பரிவட்டங்களில் கலைகின்றன

அந்தம் இதுவெனத்தொடரும்
நெகிழ்வின் நிலையாமை
பரல்கள் கரிக்கும் அலை

மலர்களில் முகம் புதைந்த
ஆகாயப்பனித்துளிகளின்
அனாதிப் புன்னகைக்குள்
பசுமையின் பாதரசஅடர்த்தி

27

ஏழடுக்கு வானிற்கு வரைந்த தூதுகள்
வைகறைப் பனியில் நனைந்திருக்கின்றன

பருத்துப்பழுவேறிய
மலைகளின் கனம் அழுந்த
மண்டியிட்டுச் சரிந்து
கிடக்கிறேன்

சாத்தான்களை வதம் செய்த
குரூர மேடையிலிருந்து
கசியும் வெறுமையின் வாசம்
நகரும் திசை வழியே விரிகின்றது

தீட்டப்படாத காரிருள் சிறைக்கைதியின்
புழுதிபடிந்த தனிமையில்
இளகிய மந்தகாசம் ஒழுகும்
வெண்மையின் தோன்றல்கள்

சரணடைந்து நகர
ஒளிர்ந்து கொள்ளும் வர்ணத்தின் யுக்தி

ஒரு பொழுதின் புலர்வில்
மறைந்திருக்கும் நீலக்கண்களுக்குள்
வரிகளாய்த் தீட்டிய வைரக்கல் தெறிப்படைந்து
ஒரு யுகம் நிறைந்த ஒளியை
சேமிக்கிறது

28

அனலிட்ட புழுக்கள்
உருகித் திரியாய்
மலரும் கணம்
புனல் துயின்ற
மதுசாரத்தின்
கண் விழிப்பு

கொஞ்சம் ஒளி
கொஞ்சம் மங்கல்
தொக்கி நிற்கும்
குவளை மலர்கள்
சரியும் அடுக்குகள்

திரிகள் தீர்ந்துவிட்ட
பொழுதினில்
தரை படரும்
காற்றும் தீயும்
சல்லாரிச் சருகுகள்

கைகள் உரசிக்
குளிர்காயும்
கற்றை விறகுகளுக்கு
காட்டுத்தீயின் வாசம்

நீ நான்
உருகியெழும்
லாவாக்களின்
பெருநதிகள்

சுவடுகள் அடியொற்றி
வளரும் பாறையில்
கரும்பாசிகள்

அவிழும் மொட்டுக்கள்
தண்மை தணிக்கும்
தகனப்பாசறை வாழ்
அனற்பேடைகள்

29

உருமாறிய
தீப்பாறைக்குள்
திரிந்து நீங்கிய
புகையும் காற்றும்
தீரா அனலின் நெடிக்குள்
தகிக்கிறது

ஒவ்வொரு அலையும்
வரையும் தூது
ஒவ்வொரு காற்று
வரையும் மடல்
ஒன்றல்ல ஓராயிரம்
மோனச்சிறு வாதைகள்

வலுவற்ற வலுவில்
கறைபடிந்த வழுக்கள்
வலிதீர அழுமானால்
வகுந்து கொள்கிறது கல்

பிளந்த நெஞ்சத்தின்
துகள்கள் பிதிர
சிதிலமடைந்து
சிரிக்கிறது சுவர்கள்

காலம் இசைக்கும்
கரிக்கும் நிலமெங்கும்
உப்பளப் பாசிகள்

பாசாங்கில் பனிக்கம்பளம்
உள்ளே அனல் கசியும் லாவா
தீயல்ல திட்டு
பனித்தீட்டுத் துமி
உமி மறைத்த துரு
உமிழ்ந்த பகையின்
வெந்நீர்ப்பொட்டுக்கள்
பொழியுமிந்த நீராவி மழை

30
நிர்மலம் கருத்தது

நீதியின்
கண்கள்
மூடியிருந்தன

குற்றம்
பழகுகிறது
தண்டனை

தண்டனை
என்றால் என்ன

துவர்ப்பைப்
பின்தொடர்கிறது
பிஞ்சுப்பாகல்

மெல்ல சுவைக்கிறது
கடினம்
பழகுகிறது

அது
இருளின்
தீர்ந்துபோன
குடுவைக்குள்
வெளிச்சமாகிறது

அது பகட்டானது
உள்ளே இருளை
யார் ஒட்டி வைத்தது

அருகிலோ
தொலைவிலோ
தேடிப்பாருங்கள்

உங்களிலும்
அப்பியிருக்கலாம்

அதிகரித்து
அதிகரித்து
குற்றம் மட்டுமே
எஞ்சுகிறது

யாரங்கே
அபகரித்துச்
செல்வது

நீதியின்
கண்களைக்
காணவில்லை
அது குற்றத்தை
முறையிடுகிறது

குற்றம்
வெளிச்சத்தில்
இன்னும்
பிரகாசமாக
அலைகிறது
தென்படாத
வடிவில்

31

பரிவானம்

பறக்கும் துடுப்புகளற்று
அந்தரத்தில் சரியும்
பட்சியின் பச்சை நரம்புகள்
மேலங்கிப் பற்றையாகிறது

பசையற்ற எல்லாம்
சுயாதீனமாய் மேலசையும்
மேகங்கள் மேல் மேகங்கள்
வரிகளாய்த் திணிகின்றன

எதுவரை செல்லும் தூரம்
எங்கிருந்து தொடர்வது
கொஞ்சம் தரித்திருக்கலாம்
வேகம் தணிகின்றது

நிழல் நிறுத்தம் இரவையோ
நிஜத்தின் அசைவையோ
மாற்றலாம்

அசரீரியாய் வனையும்
எழிலற்ற வனத்தின்
பிரிகைக்குள் மூளும்
கருப்பு வெள்ளைச்சமர்
கண்களில் கசிகின்றது

முற்றுப்புள்ளிக்குள்ளிருந்து
ஒவ்வொன்றாய் ஓசைகளற்ற
முத்துக்களை வெளியிலெடு

வெளியேறும் சிறகையெடு
அல்லது சிப்பிக்குள் சிறையிரு
செபிக்கின்றன அலைகள்

வெயில் தொடரும் தூரம்
நிழல் வளரும் கதியில்
கரைகிறது நிஜம்

நான் யாதாவேன்
கொஞ்சம் தரித்திரு

32

ஓவியனை நிகர்த்த தத்ரூபமொழியில்
சுயாதீனமாய் அலையும்
பட்டாம்பூச்சி உணரிகள்

பிரபஞ்ச அசைவில்
தொக்கி நிக்கும்
நெகிழ்ச்சியின் மதகுகள்

ஊடலில் விலகிய எழுதுகோலில் படிந்திருக்கும்
ஒளிக்கும் நிழலுக்குமான கூடலை
சிலாகிக்கும் சிதிலமடைந்த சுவர்

படர்க்கைப்பகல்
விழுங்கிய பொழுதுகளை காவிச் சென்று
உயவும் அடர்இருள்
சாம்பலாகிக் கரைகின்றது

பொளியும் உளிகள்
உழிஞ்சில் மரவுரி களைய
ஒரு உருபு மயங்கி நிற்க
அந்தியின் மந்தகாசம்
மெல்ல விரவும் திசையில்
வேய்ங்குழல் இசைக்கின்றது
காற்று

கரித்த மனதின் எக்களிப்பு
கடல் நனைந்த முத்தங்களால்
நிரம்பியிருக்க தொடுவானப்புள்ளிகளின்
கரைகளில்
கால் நனைக்கின்றது மேகம்

33

ஆம்பலின் மென்அதள்களுள்
அனந்தமாய்த் தழைக்கின்றது
அனிச்சம் மலர்

எதிரெதிரே இசைக்கின்ற
அலைகளின் ஆர்ப்பரிப்புக்குள்
கனல்கின்றது விரகம்

ஏகாந்த வாசம்
சுவாசமாய் உதிர்ந்து
வனங்கள் அடர்த்தும்
கிளைகள் நாம்

உதிர்ந்த புன்னகைக்குள்
பசுமையின் திட்டுக்கள்
அதீதமாய் நிகழ்ந்து
துயில்வனத்தில் தடயமின்றிய
ஒளிப்பொட்டுக்களால் அலர்கின்றன

பிணைத்தலும்
பகிர்தலும் பேதலித்து
பிரக்ஞையில் விரிகிறது
நிறப்பிரிகை

மேகங்கள் அலையும் திசைகளில்
கரைகின்ற மனுக்கள்
வாஞ்சையில் உருகும் மெழுகுகள்

வார்த்தைகள் தீர்ந்த
திரிகளில் தகிக்கின்ற
எரிபற்றும் அனலிற்கு
சாத்தானின் சாபங்கள்

இருத்தலின்மையின்
இடைவிடாத சுமத்தல் நிறைய
அசரீரியெனக் கரைகின்றது
ஜீவனற்ற காற்று

34

கழியூதாக் கதிர்கள்

நிலம் படரும் குளம் மேல்
நீலப்பனித்துளிகள்

நிறங்களைப் பகுத்துக் கொள்ளும்
வானவில்லில்
வினாக்களின் சரங்கள்
உதிர்கின்றன

குருதிப்பூக்களின் நிறமொத்த
நாளம் கனத்த சீற்றம்
மரித்து ஜனிக்கும்
வதைக்காட்டின் வெம்மையொளி

எதிர்வு கூறலில் பிழைக்கும்
தாமரையில் பிரிகின்றது
கிளைத்தலின் தளிர்கள்

தாகமறியாப் பசியின் ருசி
தேடலை எரியூட்டிச்செரிக்கும்
சாம்பலின் நீறு

நிஜம் பழுவேறி
சுமை அழுந்தி
கனம் செறிந்து புடைத்துப்பூக்கும்
கடும் நீலத்திற்கும்
நீலத்திற்கும் இடையில்
வழிகிறது ஒரு ஊதாக்களின் வனம்

35

கடுமையின் வெவ்வேறு
இளம்சாயல் வர்ணங்கள்
ஒன்றன் மேல் ஒன்றாய்
கரைக்கின்றன

வெளிச்சுவாசம்
கண்ணாடி மேல் படர்ந்த
பனியின் இருப்புக்குள்
தீர்ந்த கனவின் எச்சம்

கருமைக்குள்
திட்டுத்திட்டாய்
படர்ந்திருக்கும்
படச்சுருள் நிழற்புகை நாம்

ஒவ்வொரு விரகமும்
நிறைந்து வழியும் தனிமையின்
மென் கீறல்கள்
உடலம் கனக்கும்
குருதிச்சுமை

ஒரு ஆற்றாமையின் எதிர்விளைவுகள்
ஆழமாய் ஊடுருவிச் செல்ல
ஒரு கடல் உறைநிலை
எய்துகிறது

எண்ணிலடங்கா விண்மீன்கற்கள்
இன்னும் ஆழமாகத்
தைத்துச்செல்கின்றன

காகிதத்தில் கரைந்த
காட்சியில்
மங்கிப்போன
நீர்வர்ணத்தில் மீந்திருக்கும்
மீன்கள் நீர் கேட்கின்றன

36

நிசப்தம் பருகிக்கிடந்த
இறுகிய தாழ்களும் கதவும்
அடிக்கடி அங்கலாய்த்துக்கொள்கின்றன

காற்றைக் கிழித்துத்
தொடங்குகின்றன பயணங்கள்
இயன்றளவு அன்பின் இருப்புகள்
தீரும் வரையில்
அகன்றிருக்கும் சிறகுகள்

பழுவேறிப்போன வாழ்வின் சுமத்தல்
கனதியான நெருக்கத்திற்குள்
தன்அலகிற்கு எட்டிய தூரத்தில்
இரையைத் தொடர்கிறது

ஓர் அந்தகாரம்
வானைப்பற்றி உலுக்கி
இருளேற்றி அதில்
ஒரு சாயம் ஊறிக்கொள்ளும்
துணியைப்போல
இரவை வரவழைக்கலாம்

சாம்பல் கரைசல் கரைந்து மீண்டும்
தெளியும் வரையில் அவை
உற்று நோக்கிக் கொண்டிருக்கும்

காலம் வலிந்து அழுத்திய போதும்
தரையை இறுகப்பற்றிக் கொண்டு
மீண்டும் தழைக்கின்றது
கங்குல்

37

ஒளியை மட்டும் யாசித்திருக்கும்
சாளரத்திற்கு
இரவானது காத்திருப்பின் யாகம்

நிழல் நனையும் தரைக்கு
நிலவின் முத்தம்
தணியும் ஒளிப்பசி
வழியும் புன்சிரிப்புகள்

அறையின் சுவர்களில்
அயர்ந்திருக்கும்
அன்பின் விம்பம்

அள்ளிக் குவித்திருக்கும்
வெள்ளைக் கடதாசிகளெங்கும்
இருளின் கறை

எத்தனை முறை
கவிதையால் நிரப்பிப்
புதைத்து வைப்பேன்
அறியேன்

ஆயினும்
நிழலும் நானும்
பேசிக்கொள்கின்றோம்
நிறைவேற முடியாத
நெடுநாள் உறக்கம் பற்றி

38

கனவுகளுக்கு அவகாசம் வாங்கும்
எந்திரப்பட்சிகளின்
கண்களுக்குள்
புலன்களின் உணரிகள்
சரிந்திருக்கின்றன

நகர மறுக்கும் கால்கள்
தொலைதூரத்தை
மிக அண்மையில்
சம்பவித்து விட்டதோ என
அஞ்சி அடியொற்ற மறுக்கின்றன

மேகத்திரள் மறைந்த
விண்மீன் நகரம் முழுவதும்
வளைபாதைகளின் நீட்சி

திசைவிலகிய
அனிச்சைக்காற்றின் சுழலிகளில்
தீப்பந்தத்தின் செருகல்

ஓரங்கமாய்
இரையாகிறது
உலர்வும் புலர்வும்

விலகலும் ஒதுங்கலுமாகத்
தரித்து நிற்கும்

நாங்கூழின் நாட்குறிப்பில்
பின்தொடரும் காலச்சுவடு
இழுத்துவந்த காகிதக்குவியல்
காற்றுடன் கலைந்து
மழையோடு கரைகின்றன

பனியின் ஈரம் உலருமுன்
விடியலின் வாசம்
இரவைத் துரத்துகிறது

சொட்டிக்கொண்டே விடை பகரும்
வருடத்தின் தீர்ந்துபோன
நிமிடங்களின் ஓலம்
மணற் கடிகாரத்துள்
நிசப்தமாய் ஒலிக்கின்றது

39

கற்கள் பிளந்து
நிழல் செரிக்கும்
பகல் மறைகின்றது

அஹிம்சைப் பூக்கள்
இரவைக் கரைத்து
ஊற்றிவைத்த
கிண்ணங்கள் பொங்கி
வழிந்து கொள்ளும்
நீர்மை

துருத்திக்கொண்ட
நாவில் முளைத்த கண்
நிழல் நனைந்த சுவர்

யுத்தங்கள்
தீர்ந்த பின் பருகிடும் ஒளி
அஸ்த்தமனச்சுடர்

தடவித் துழாவும் கைகளுக்கு
சாம்பல் முத்தம்
நிழல் பரிசு

மீண்டும் ஒளி விழுங்கும்
கங்குல் பூத்தது
ஆம்பலும் சாம்பலில்
முளைத்துக் கொண்டது

மேசையில் உருகி உறைந்த
மெழுகுகள் சாட்சி

40

விஷமத்தின் பல்வகைமை வெளிப்படும் காலம்

மழைக்கு முந்திய
வாற்பேய்கள்
தும்பிகள்
தவளைகளின்
நடனமேடை
கொஞ்சம் வால்கள்
கைகள் தனியாக
வகுப்பாயிடை

மட்டைகளைப் பிரித்தால்
குட்டைகள் சிணுங்குகின்றன
நாவுகள் பெருகுகின்றன
இரையின் வேட்கை
ஆட்சியின் கிறக்கம்
வழிகின்றது

கிளர்த்தும்
அடுத்த குட்டைகளின்
சகதிகள்
சாக்கடைநெடிகள்

சொல்லிச் சூளுரைத்து
தொண்டை வறண்டு
கத்திய தொனிகளில்
செய்வதற்கு மீதமில்லை
அடுத்த நொடியே
ஆவியாகிக்கலைகிறது
வாக்குப்பனி
ஆரவாரப் பேரொலி

கைகட்டி நிற்கின்றவை
சுயாதீனம் தொலைத்து
கொடிகள் முளைத்த
எந்திரங்கள்

எல்லோருக்கும் ஒரு கதிரைதான் வேண்டும்
தம்மிரு கால்கள் வேண்டாம்

நனைந்த பலி ஆடுகள்
பல்லாயிரம்
எங்கோ கத்துகின்றன

தேர்வில் ஒரே ஒரு தவளை
 ஓநாயாய் மாறி
மீண்டும் ஆடுகளை விழுங்கியது
ஆனால்
இம்முறை ஆடுகளுக்குள்
மூளை இருக்கவில்லை

காட்சி முற்றும்

41

அதீதமாய் எரிகின்றன
பச்சை விறகுகள்
எரிகணை ரவைகள்
எரிபந்தம் ஏற்றித்
தழைக்கும் அனல்வெய்யில்

சிரிப்பொலிகள்
துகள்களாய்ச் சிதறி
உணர்வற்று ஒடுங்கி
அடங்கியிருக்கும்
பேழை முத்துக்களுக்குள்
மழை மேகங்கள்

சிவக்கும்
செங்கடல் நிறையும் குருதி
வெற்றிலைக் களிம்பா
தகர்த்தெறியும் சிரியத் தளிர்கள்
பிதிர்காட்டில் விளைந்த
களைமுட்களா

மௌனத்தில் உறைந்திருக்கும்
மனிதத்தை
சாட்டை கொண்டு
மயிலிறகு வருடலெனத்
தடவிக்கொண்டிருக்கட்டும் உலகு

42

மறைந்த பிறைநிலவுக்குள்
ஆயிரம் பிளவுகள்

வரி வரியாய்க் கரைகின்றன
வான்சேர்ந்த தூதுகள்

மௌனம் விழுங்கிய
பச்சிளம் குருத்துக்கள்
பசியவனம் துயின்றன

தேடி மீட்கப்படாத சிறை
விஷமப்பட்சியின்
கண்களுக்குள்
மறைத்து வைக்கப்பட்ட
மயில்தோகை

வர்ணங்கள் கரைந்து
பழுவேறிய தொலிகள் மேல்
மயிர்கூச்செறியும் அகவலுக்குள்
உதிரிகளாய் உதிர்ந்து
பூமியின் நீலக்கம்பளத்தில்
சரிந்து அருவமாயின

ஏதிலியாய் மறைந்த
வெற்றுப் புன்னகைக்குள்
வெற்றிடங்களை நிரப்பிப்
புதைகின்றது உண்மை நிறம்

43

யாமங்கள் கசியும்
பொழுதுகளுக்குள்
பிணைந்திருக்கின்றன
இருளின் பாசிகள்

வார்த்தைகள் மரித்த
தொண்டைக்களத்தில்
வன்முறையின்
வரிக்கோடுகள்
சொற்கள் வனைகின்றன

ஆற்றொணாத்தடம்
மேல் அள்ளிப்பூசியும்
அணைய மறுக்கிறது
காட்டுத்தீ
புனைவிலிருந்து
புன்னகை தெளி

நீண்ட பெரும் இடைவெளிக்குள்
தாரை நீரோடைகள்
கழிமுகம் சேர்கின்றன

யாதேனுமொரு வடிவில்
கரைமீனாகிக்கொள்
அல்லது
துண்டாடப்பட்ட
இரவைப் பரவி
தூண்டில் முட்களில்
என்னைத் தரிக்கச்செய்

44

கற்கள் உறங்கும் குளத்தில்
வாற்பேய்களின் நடனம்
ஒலிக்கும் பறைகளில்
வழிகின்றது வசை

குருதியை மறைக்கும்
பசுத்தோல் போர்வைகளுக்குள்
ஆயிரம் செவிகள்
ஆயிரம் கண்கள்
ஆயிரம் சுட்டுவிரல்கள்
அப்பிக்கொண்டன

வாள்களின் கணீரொலிகளில்
அஹிம்சையை வரவழைக்க
ஒன்றையொன்று தீட்டிக்கொள்கின்றன

தீப்பொறிகளுக்குள் பொசுங்கியிருக்கின்ற
வெள்ளை இறகுகளின் மேல்
குருதிக்களிம்பாறு

விஷமத்தை மெல்லாது விழுங்கும் வரை
மௌட்டியம்
மெல்லச் சரியும் மலை

45

வர்ணங்களை
எடுத்துக்கொண்டு
திசைகளெங்கும்
பிரிந்துசென்றுவிட்டனர்

ஒவ்வொன்றுக்கும்
ஒவ்வொரு பேதமிட்ட
மகுடங்கள்

அச்சம் மேவிய என் அதரங்கள்
விருப்பு வர்ணத்தைக்கூட
மறுதலிக்கின்றன

எதை நான் விரும்பும்
வர்ணமென்பேன்
அவர்களோடு சார்ந்து
இணைத்து விடுவார்களோ

நிறங்களை ஒன்றோடொன்று கலந்து
இன்னும் வரைந்து முடிக்கப்பெறாத
ஓவியத்தின் நிறம் வெள்ளை

வெள்ளையை
இலச்சினையாய்ப்
பிரகடனம் செய்
எல்லா ஆட்சி நிறங்களும்
 நிறமிழக்கட்டும்

46

உதிரும் இலையின் சிமிழ்களில்
ஒளி பருகிக்கிடக்கும் நிலா
உக்கிய இலை நரம்புகள் வழியே
உயிர்பருகிக் களிக்கிறது

மௌனத்தின் மயிர்த்துளைகள்
வேர்வரை செறிந்து
ஒருபிடி மணலில்
ஈரம் கேட்கிறது

பச்சையக்கோர்வைகளின் ஒளி செரித்த
சிலந்திவலையிடைவெளிகளும்
அதள்கள் ஓடும் வரிக்குதிரைகளும்
கனிந்த காலங்களும்
கரைந்த சக்கரை நாட்களையும்
இரைமீட்டிக்கொள்ளும் நிமிடங்களைப்
பகல் விழுங்கிக்கொண்டிருக்கிறது

செம்மண் சாற்றை விழுங்கி
செரித்திடும் செந்தட்டிப்பூவின்
பசியவனத்தில் பனித்துளிகள்
ஆங்காங்கே நீர் தெளித்து
இன்னும் இருக்கிறாய் என
உயிர்ப்பித்துக்கொள்கிறது

47

பேரண்டப்புதரில் ஓர்பிடி பச்சையம்
தேடும் மரவுரியொன்று
மரபுகளால் மரித்திடாமல்
துளிர்த்துக் கொள்கிறது

பசிய காற்று விழுங்கிய
தரிசு நிலம் போலெங்கும்
ஓர் புத்துணர்வு

இளந்தளிர் சுவடுகள்
வற்கடமுற்ற பாளங்களெங்கும்
பருத்த நீர்த்துமிகள் நிறைந்து அதில்
ஒளித்திரள்கள் குவிந்துகொண்டன

சிந்திக்கிடக்கும் விண்மீன்துகள்கள்
எங்கும் வலியின்விம்பங்கள்
விழிநிரம்பிய இடங்களில்
 மரக்கலம் ஊர்கிறது

காட்சிக்குள் அடங்காக்
காளான்குடைகள் தேம்பல்
ஏந்த வரிசைகளில் நின்றன

விழித்து நான் விளிக்கிறேன்
விடை சொல் பாழ் மரமே

அகக்காழ்வைரம் எஞ்சியிருக்கும் வரை
இரேகைகளால் வளையமிட்டுக்
கொள்வேனென மூடுபனியிடம்
அது தஞ்சமடைந்தது

48

அதரங்களில்
ஒரு கணம் ஏதிலியாய்
ஜனிக்கிறது வெற்றுப்புன்னகை

தொக்கி நின்று சுழலும்
மோனப்பதர்களின் கூட்டு
வதம்செய்யும் ஆட்சி

எதைக்கொண்டும் வரையவியலா வார்த்தைகளற்ற
வடிவத்தின் சாயலில்
மூலைகளெங்கும் விரவிய
பார்வைக்கசிவுகளின் அச்சுப்பிரதிகள்
அங்குமிங்கும் அலைகிறது

தரித்திருக்கும்
பொழுதுகள்
தாங்கிநிற்கும்
சுமத்தலின் பளுக்கள்
நீட்சியடைந்த காலத்தால்
கரிக்கிறது

ஆர்ப்பரிப்பற்ற சயனத்தை
அள்ளிப்பருகிடத் தேம்பி நிற்கும்
விழிகளுக்குள் இறுதிப் பேச்சின்
மெய்யெழுத்துக்கள்
அரிச்சுவடி செய்கின்றன

ஏதுமற்ற
ஏதோவொரு
வெறுமையில் தங்கி நிற்கிறது
நீங்கிய பின்னரான மூச்சுக்காற்று

49

அவலம்

அங்கு ஒன்றுமில்லை
ஆனாலும்
அவர்கள்
ஓசை எழுப்பிக் கொள்கின்றார்கள்

பெருமையின் குரல்கள் வாங்கி
ஒலிவாங்கிக்கு இனிமேலும்
தெம்பில்லை

கைதட்டல்கள் இசைக்கும்
அரங்கின் ஒலிபெருக்கிக்கு
யானையின் செவிகள் போதவில்லை

தும்பிக்கை இருந்தால்
அடித்துக் கலைத்துவிடலாம்
என கதிரைகள் அங்கலாய்க்கின்றன

ஓரமாய் நின்ற ஏழைச்சிறுவனை
விலக்கி விட்டு
வறுமை ஒழிப்பு ஒப்பந்தம்
வாக்குறுதிப் பதிவேற்றம்

ஓட்டுப்போடும் விரல்களை
எண்ணிக்கொள்கின்றனர் தலைச்சன்கள்

அவை கடல் மீன்களாய்
மாறியிருந்தன

இரைந்து அழிந்துவிடும்
வறுமையின் வயிறுகள்
அவர்கள் ஏதேனும் தந்தால்
பெட்டிக்குள் வீழ்ந்து
மாயவும் தயார்

விதியை சரிசெய்ய முதல்
பசியை சரி செய்கிறது
ஊழல்

எந்தச்சின்னம்
எவ்வளவு ஐயா